Vietnam A

by Elka Ray

Text and illustrations / Thơ và tranh vẽ: Elka Ray
Copyright ©Elka Ray 2012

Vietnamese text / Thơ tiếng Việt: Thien Minh
Copyright ©Thien Minh 2012

ISBN 10: 1478213868
ISBN 13: 978 1478213864

Graphic design / Trình bày: Steve Christensen

Author and illustrator Elka Ray writes for both kids
and adults. Please visit elkaray.com for details.

Nhà văn, họa sĩ Elka Ray viết tặng cuốn truyện tranh
này cho cả trẻ em và người lớn. Các tác phẩm của
Elka Ray có tại elkaray.com

Vietnam **A** to **Z**

For Solomon, my Golden Pig
Dành tặng Solomon - chú lợn vàng đáng yêu

A

is for ao dai,
Vietnam's traditional
long tunic.

A là chiếc áo dài,
Tà áo truyền thống
của Việt Nam.

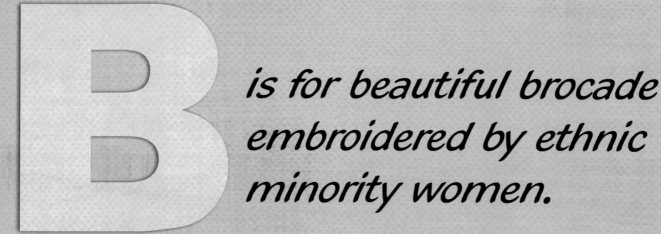

B is for beautiful brocade embroidered by ethnic minority women.

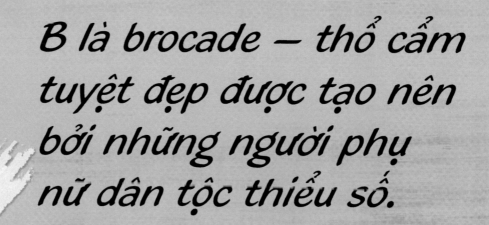

B là brocade — thổ cẩm tuyệt đẹp được tạo nên bởi những người phụ nữ dân tộc thiểu số.

C is for cranes.

C là crane – con sếu đầu đỏ.

D is for drums.
là drum – cái trống.

E

is for elephants, which Vietnamese warriors once rode into battle.

E là elephant — con voi, con vật được các chiến binh Việt Nam xưa cưỡi trên lưng xông pha trận mạc.

F

is for the fish that the Kitchen God rides to Heaven.

F là fish —Táo quân cưỡi cá để lên Thiên đình.

G is for gongs ringing out in Vietnam's Central Highlands.

G là gong - cồng chiêng, nhạc cụ đặc biệt của người Tây Nguyên.

H is for a haircut sitting outside in the street.

H là haircut — những hiệu cắt tóc ngay trên hè phố.

15

is for incense burning in the pagoda.

I là incense — hương thắp trong các ngôi chùa.

J

is for jungles that are
home to rare plants
and animals.

*J là jungle – rừng rậm
là ngôi nhà của các
động thực vật quý hiếm.*

19

K

is for karate masters.

K là karate master,
sư phụ môn võ karate.

L

is for lanterns that light up the Mid Autumn Festival.

L là lantern, đèn
lồng thắp sáng mỗi
dịp Tết Trung thu.

23

is for motorbikes and
more motorbikes.

M là motorbike,
xe máy và thật
là nhiều xe máy.

N is for new clothes to wear at New Year.

là new clothes, quần áo mới diện đón Năm Mới.

O is for offerings.

là offering, cúng lễ.

P *is for paddy fields.*

*P là paddy field,
cánh đồng lúa.*

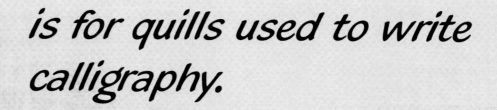

Q is for quills used to write calligraphy.

là quill, cây bút để viết thư pháp.

R is for respect for older people.

là respect, kính trọng người cao tuổi.

 **S** is for sticky rice served at Vietnamese weddings.

là sticky rice, món xôi thường có trong các tiệc cưới Việt.

T

is for traditions that are carried into the modern world.

là traditon, truyền thống được tiếp nối vào thế giới hiện đại.

U is for umbrellas to use in Vietnam's rainy season.

U là umbrella, cái ô được dùng trong mùa mưa ở Việt Nam.

V is for vats of fish sauce, a favorite ingredient in Vietnamese food.

là cái vat of fish sauce, cái vại nước mắn — gia vị đặc trưng của ẩm thực Việt Nam.

W

is for waterbuffaloes wallowing in a mountain stream.

W là waterbuffalo, con trâu cày ruộng trên cánh đồng.

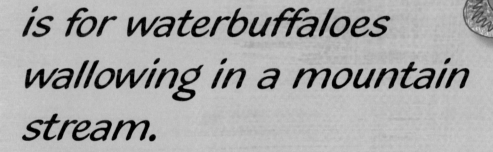

 **is for xylophones in a traditional orchestra.**

là xylophone trong một dàn nhạc truyền thống.

Y is for yin and yang, which must be balanced to achieve harmony.

Y là yin và yang, âm và dương cần được cân bằng để đạt tới sự hòa hợp.

is for the zodiac.
What's your animal sign?

Z là zodiac, cung hoàng đạo.
Bạn sinh vào tuổi con gì?

Canadian author and illustrator Elka Ray writes for both children and adults. A longtime Vietnam resident, she has written three Vietnam-themed kids' books: *Vietnam A to Z, 1,2,3 Vietnam!* and *The Gecko Who Grew and Grew...* Elka is the author of one novel, *Hanoi Jane*. Her travel writing has appeared in a wide range of international magazines and guidebooks. To discover Elka's latest projects – or learn more about Vietnam – please visit her website at elkaray.com

1, 2, 3 Vietnam!
by Elka Ray

Made in the USA
San Bernardino, CA
25 January 2017